நேற்று முளைத்த கவியியின் இன்றைய உதிரிகள்

மதிவாணன் பாண்டியன்

என்னைக் கருவில் சுமந்த அன்னைக்கும்,
மனதில் சுமக்கும் மனைவிக்கும்,
நான் பெற்ற மகளுக்கும், என்னைப் பெற்ற தந்தைக்கும்

பொருளடக்கம்

பொருளடக்கம்

நன்றி

நான் எழுதிய சிறு சிறு வரிகளுக்கு, விமர்சனமும்
வாழ்த்தும் கூறிய சுற்றத்திற்கும்,
என்னை ஊக்கமூட்டிய நட்புக்கும்
எழுத்தறிவித்த ஆசிரிய பெருமக்களுக்கும்
நன்றியை நவில்கிறேன்

1. தாய்

அம்மா

அண்ணம் தொடா முதல் ஒலி அகரம்

அம்மா என்றே முதலில் விளிக்கும் மழலை

அன்னம் தரும் ஐ அதனால் அன்னை

தன்னைத் தரும் ஐ அவளே தாய்

விண்ணைத் தொடும் விசும்பல் கேட்பின்

கண்ணைப் போல காப்பவளே தாய்

பூவிலும் மென்மையது அன்னை மனது

பூகம்பமே நேரினும் புன்னகை மாறாது

போர்க்களம் காணினும் கருணை தேயாது

போதுமென்று சொன்னாலும் அன்பு நில்லாது

முதற்பாடம்

மதி மருள இருள் அவளைச் சூழும் போதும்

இடர் அவளை இடைமறித்த போதும்

முன்னோக்கி எடுத்த அடி

பின் நோக்குவதில்லை

கருவிலேயே அச்சம் என்னுள் கடக்க

மறுத்ததால் என்னேவா இன்றும் முன்வைத்த

காலை நான் பின் வைப்பதில்லை போலும்

அன்னை நீ கற்பித்த முதல் பாடம் அல்லவே

உதிரத்திலேயே உறைந்திருக்கும் போல

நான் உலவும் வரை அவனியிலே

அன்பின் பிறப்பிடம்

என் அழுகையின் முதற் காதலி

என் சிரிப்பின் முதல் எதிரொலி

என் பேச்சின் முதல் விசிறி அவள்

என் நடைக்கு முதல் நட்டுவனார் அவள்

என் உயிரெழுத்தின் உதிரம் அவள்

என் கையெழுத்தின் கைதி அவள்

அவளே அன்பின் பிறப்பிடம்

அகிலத்தின் சிறப்பிடம்

2. மகள்

மகளதிகாரம்

அதிகாரத்திற்கு அடிபணிய மறுப்பவனும்
மகளின் விரலைசவிற்கு
மறுமொழியின்றி அடி தொழுதிடுவான்
அவளின் வெற்றித் திருமுகத்தை
என்றும் காண வேண்டியே
காரம் தவிர்க்கும் பத்தியம் செய்வோரும்
ஏனோ மகளதிகாரம் தவிர்க்க முடிவதில்லை
கல்யாணம் அல்ல ஒருவனுக்கு கால்கட்டு
மகளின் கண் பார்வையில் கட்டுப்படுவான்
அவளின் விழி மின்னல் பட்டு

அன்பின் முகவரி

எதைக் கேட்டும் தட்டிக் கழிக்காத

தந்தையின் அதீத அன்பினால் அறிந்தேன்

தங்கையின் அப்பா பாசம் - நான்

தந்தையாகப் போவது அறிந்த போது

மகள் தான் பிறக்க வேண்டுமென்றேன்

மகளின் தந்தை பாசம் அறிய ஆவலாய்

பொன்னல்ல பொருளல்ல

பொறுமை உள்ளவனுக்கே

பெண் பிறப்பாள் - நானும்

பொறுமைசாலி என்று அன்றே அறிந்தேன்

அன்பின் அகராதி அவள்

அளவிட முடியாத ஆற்றல் அவள்

அன்பே எதிர்பார்ப்பில் வருவதல்ல! இங்கு

அன்பும் அவளை எதிர்பார்த்தே வருகிறது!

அன்பின் முகவரி அல்லவா அவள்

இயற்கையின் சாமரம்

முத்து நகைக்கு மூன்று உலகங்கள் காணாது

சிறு நடைக்கு சிறுத்தைகள் சீறாது

கடைக்கண் அசைவிற்கு கடலும் அலைபாயாது

குழல் பேச்சிற்கு குயிலும் கூவாது

அத்தனையும் சிரம் தாழ்த்தியே உனக்குச்

சாமரம் வீசும் தன் கர்வம் அழியக்கண்டு,

நீ துயிலும் வரை

எந்தன் தவம்

அன்னையின் அரவமோ அறையுள்ளே

தந்தையின் தவிப்போ அவன் மனதுக்குள்ளே

நித்தமும் நடையாம் நினைவெல்லாம்

நின் தாயின் திருமுகமாம்

நற்றமிழ் முருகனே துணையென

நாழிகை நோக்குது என் விழி

நவமணியே உன் அழுகையை கேட்குது என் செவி

நாழிகை நிற்காதோ கண நேரம்

நன்முறுவல் பூக்குது என் உதட்டோரம்

என் உரத்த குரலோசை

மூன்றாண்டு கால தவழும் நீயே !

மூன்றாம் திங்களில் முரசறைந்த முகிலும் நீயே !

மூன்று தமிழ் சங்கமித்த கூடல்நகரும் நீயே !

முத்த மழைக்கு முகிழ்த்த முத்தும் நீயே !

அன்னை மூச்சுக்கு , அரவம் இல்லை !

அப்பன் பேச்சுக்கு , ஆர்ப்பரிக்கிறாய் நீ !

பாலமுதத்திற்கும் , ஊன் துவை அடிசிலுக்கும்,

உறக்கத்திலிருந்து விழி திறவாய் போலும் !!

உதை வாங்கும் உன் அன்னை உரைத்தே ,அறிகிறேன் நானும் !

கருவறை வரை உனக்கு அஞ்சறைப் பெட்டி வாசம் வீசுகிறதா என்ன

!!

விந்தையிலும் விந்தையடி என உன் அம்மையிடம் வினவுகிறேன்

நானும் !!

மசக்கையின் அறிகுறியே ,மாங்காயும் குமட்டலுமே!!!

மருந்துக்காகினும் உன் அன்னை செய்கைக் காட்டியிருந்தால்,

விருந்து வைத்து விழாக் கண்டிருப்பான் உன் தந்தை !!!

வாய்ப்பு கிட்டவில்லையடி , என் தங்கமே!!!

கருப்பைக்குள் குறுகுறுத்து வட்டமடிக்கும் கட்டிக் கரும்பே !!!!

குயிலோசைக்கும் , குழலோசைக்கும் , சிணுங்கும் நீ ,

சற்றே என் உரத்தக் குரலோசைக்கு ,

அதிர்ந்து தான் போகிறாய் நின் அன்னையைப் போல !

கெஞ்சல்

குற்றேவல் புரியக் காத்திருக்கிறேன்

குறுக்கே திரும்பிவிட்டாய்

கோபமென்ன கண்மணியே

அன்னையின் அண்மையில் அப்பனிருக்கலாகாது அதுவே விதியாம்

மன்னித்துவிடு மரிக்கொழுந்தே

மறுப்பேதும் கூறாமல் மண் உதித்திடேன்

செல்லம் கொஞ்சும் கட்டிக் கரும்பே

நின் விரல்கள் தாராயோ

தலைச்சூல் தாய் தான் அவளே !

தானீன்று புறந்தந்த சேய் நீயே !

தாதி ஏந்திய மகவை, கரந்தனில்

தாங்கிட்ட தந்தை தான் நானே!

கண்விழித்து காத்திருப்பேன் கானமுல்லையே ! உன்னல்லிப்

பாதம் தாங்கி நிற்கும் நான் உன் தந்தையே !

நின்தன் முகங்கண்ட உடன்,

எந்தன் முகத்தைத் தொட்டுப் பார்க்கிறேன் !

நிலைக் கண்ணாடி தான் எதிரேயோ !

தகைசால் தமிழ்தனை

தரணி ஆளச் செய்வாய் நீயே !

தாமரை மலரன்ன தாள்களோ !

தாவித் துள்ளும் தாமரையோ ! எங்கள்

பகீரத பிரயத்தனத்தின் கங்கை நீரோ!

பொங்கி வரும் பாசந்தனை

முத்தம் கொண்டு சேர்ப்பேனோ !

விம்மி வரும் விழி நீர் துடைக்க

விரல்கள் தான் தாராயோ !

வாழ்வெனும் வினாவிற்கு

விடை சொல்லத்தான் வந்தாயோ!

மெல்புன்னகை பூக்கும் இதழ்தனிலே!

மழலைச் சிரிப்பு

கண்ணே உந்தன் குரல் கேட்டால்

மண்ணும் கூட பாரமில்லை!

பெண்ணே உந்தன் விரல் தொட்டால்

விண்ணும் கூட தூரமில்லை!

மலையன்ன கவலையும் மடு வீழ்ந்த

மழைத் துளியாய் சிறுத்ததே ! எம்

மழலையின் சிரிப்பில் மணித்துளிகள் மின்னலாய் மறைந்ததே!

வையம் கூட என்னை வையும்

நயனம் காட்டும் உன் பார்வைக்கு

நாயனம் ஊதும் உன் கரங்களுக்கு

நாணல் கூட சிலிர்த்து மேல் எழும்பும்!

நின் மேனித் தழுவும் மேலாடை !

பாதம் தொடும் பாவாடை பார்த்துப்,

பார்த்து வாங்கி பரவசமானேன்!

பாவை உன் முகம் பார்த்துப் பித்தானேன்!

உயர்த்திய கை உலகைப் பிடிக்குமோ!

தூக்கிய திருவடி திங்களை உதைக்குமோ !

உதிர்க்கும் புன்னகைக்கு மனம் மயங்குமோ!

தகிக்கும் பார்வைக்கு கதிரவன் மறையுமோ !

தங்கமே உன்றன் சொல்லுக்கு , செம்மொழி தான் ஈடாகுமோ!

வசந்தத்தின் நாட்குறிப்பில் உன்றன் வருகைப் பதிவே முதற்குறிப்பு!

வஞ்சி உன்னை ஏந்தும் கைகளுக்கு

விருதுகள் தான் கிடைக்குமோ !

வையகமும் என்னை வையும் நின்றன்,

தாள்கள் தன்னைத் தொடாமல் போனதனால் !

தந்தையின் வாசம்

வாசல் வந்ததும்

வாசம் வந்திடுமோ உனக்கு!

வந்தது அப்பன் தான்

என்பதை விழி உயர்த்தாமல்

எப்படிக் கண்டு கொள்வாயோ!

குயில் கூட உன் குரலைத் தான்

எதிர் ஒலிக்கிறதோ!

கொஞ்சம் நின்று நான் கவனிக்கிறேன்

அது கை கட்டி காத்திருப்பதாக கேள்வி !

அதிகாலையில் என்னை நீ அழைக்கும் பொழுது!

மயில் கூட மழைக்கு ஆட மறந்து

உன் அடவுகளுக்கு அபிநயம் பிடிக்கிறதாம்!

மனதில் எழும் பாடலுக்கு நீ அசைந்தாடும் பொழுது!

தந்தையின் குயில் விடு தூது

நீ நடந்த பாதையிலே

பாதச் சுவடு தேடுகிறேன் !

பாதை மறந்து போகவில்லை !

பாவை உந்தன் பால்முகம்

தேடி நான் வரவே!

கூவும் குயிலை தூது அனுப்பினேன் ,நீ

கூவும் குரலுக்கு எதிரொலி வரும்,

கூட்டிக் கொண்டு வா உன் தோழியான

என் செல்ல மகளை!

அழைப்புமணி இல்லாமலே அப்பா வந்தாச்சு! என

அழைக்கும் குரல் தவிர வேறு எதுவும்

ஒலிக்கவில்லை என் செவிப்பறைகளில் !

அபிநயம் பிடிக்கும் உன் அழகு கைகள்

அதரம் சிந்தும் உன் சிறிய இதழ்கள் ,என்

கன்னத்தை தழுவவது தான் எப்போ !

அதிகாலை பல் துலக்கி

அவசரமாய் பால் அருந்தி

அந்தச் சூரியனை நோக்கி நீ

நடைபயிலச் செல்லும் வழிகளில் தான்

விழி வைத்து காத்திருக்கின்றன

தெருவோர நாய்க் குட்டிகள்!

தனி மனித இடைவெளி

பெருந்தொற்றுக் காலத்தில்

கருவானதினால் தான் என்னவோ,

தனி மனித இடைவெளியை

தீவிரமாக கடைப்பிடிக்கிறாய்!

தாய் தந்தை கூட தள்ளியே

இருக்க வேண்டுமென வாதிடுகிறாய்!

சிம்பொனி இசைக்கும் சிறு விரல்கள்

சிற்றாடை கட்டி நீ சிணுங்கும் போது,

என் சிந்தைக்குள் சில்வண்டு சிரிப்பதென

எண்ணிக் கொண்டேன் !

பட்டாடை பட்டு உன் மேனி கீறலிடுமென ,

பட்டுப்பூ உன்னை வெல்வெட்

மேலே இருத்திக் கொள்ள ஆவல் கொண்டேன் !

சிம்பொனி இசைக்கும் உன் சிறிய விரல்களிடம்

சிறு பொம்மை போல்

சிக்கிக் கொள்ள ஆசைக் கொண்டேன்

மின் அம்மிச் சத்தத்திற்கு நீ ,தாயின்

மடி தேடி ஓடவே ,அவளின் மடியாக

மாறிவிட நான் வரம் வேண்டினேன் !

சின்னக் கை சீப்பெடுத்து தலைவாரிக் கொள்ளக்,

காத்திருக்கும் சிரங்கள் தான்

எத்தனை எத்தனை!

மழலையின் பிறப்பு

நவ்வி தவ்வும் வேளையிலே யான்

நற்றவம் புரிந்தேனோ

எல்லி சாயும் பொழுதில் இல்லந்தனில்

எட்டி வைத்ததொரு தங்கக் குட்டி

அல்லி மலர்ந்ததடி ஐந்தேகால் மணிக்கு

அள்ளிக் கொள்ளும் முன்னே நான்

அரவமிட்டேன் பொண்ணு , பொண்ணு

பொண்ணு என்று!

அறை முழுதும் அதன் எதிரொலி இருக்க

அருகிலிருந்த எவருக்கும் புலப்படவில்லையடி

தாதி ஏந்தி வந்து காட்டும் போது,

தூக்கிக் கொஞ்ச துள்ளியது நெஞ்சம்! உன்

தந்தைக்கு ஆசையா பஞ்சம்! இருந்தும்

தள்ளி நின்றே கண்டேன் கொஞ்சம் !

ஏனெனக்கு வஞ்சம் எனக் கரைந்தாய் நீ!

எட்டி நின்று பார்ப்பதே விதியாம்!

என் செய்வேன் நான் கண்மணியே!

ஏகாந்தம் நிறைந்ததென் உள்ளத்திலே!

3. என்னவள்

விடிவெள்ளி

அறிவியுங்கள் மனைவி பிறந்தவீட்டிற்கு

சென்றதைக் கொண்டாடுபவனை

சித்தம் கலங்கியவனென்று!!

அறைச்சுவர்கள் அறைகூவலிடும் அவளை

அழைத்து வா என்று

இன்னமும் நீ துயில் கலையயவில்லையா

என உன் செவிப்பறைகளில் ஒலிக்கும் அவள்

சதங்கை ஒலி!!!

விழித்துப் பார் விடிவெள்ளி வெளியே

காத்திருக்கும்!!

பரிசு

என் எழுத்தின் பெருங்காதலி!

என் கவிதையின் முதற்காரணி!

என்னவள் எனக்களித்த எழுத்தாணி!

எனக்கான பிறந்தநாள் பரிசு!

மையில் எழுதும் போது

தையல் உந்தன் மைவிழி ஞாபகம்!

கையில் பிடிக்கும் போது

காரிகை உந்தன் கைவிரல் ஞாபகம்!

மெய்யெழுத்தில் வைக்கும் ஒற்றில்

திலகமிடும் உந்தன் நெற்றி ஞாபகம்!

சிறைவாசம்

மார்பில் முகம் புதைத்து துயிலும் போது

நீர்ச் சுழல் தாவரத்திடம் சிக்கிய சிறு பூச்சியானேன்!!

மீள வழியில்லை!!

மீளும் வாய்ப்பு கிட்டினும் ஏற்க மனமில்லை!!!

ஏனெனில் எனக்கு முன் என்

மனம் உன்னிடம் சிறைபட்டு விட்டது!!!

நாட்டியம்

விழிகள் தழுவும் உறக்கம் நீ அருகில் இருந்தால்

விழிகள் இமைக்க மறக்கும் நீ

தொலைவில் இருந்தால்

நான் நாட்டியம் பயின்றவனில்லை

இருந்தும் என் கண்கள் கதகளி ஆடுகிறது

உன் அடிச்சுவடை எதிர்நோக்கியே

பள்ளி செல்லும் சேய்

பத்து திங்கள் கழித்தே

பற்றிய கரம்

பதற்றம் தணிந்தது

பத்து திங்கள் கழித்தே

கனிந்தது கருவுற்ற காதல்

பல திங்கள் கடந்தும் ஒரு திங்களையும்

முழுதாய் ரசிக்கவில்லையடி வானில்

ஒவ்வொரு திங்கள் வந்ததும்

பள்ளி செல்லும் சேய் ஆவேன்

எனை தேற்றி விரட்டும் தாய் போல

நீ இருக்கையிலே அடம் பிடிக்க ஆசை துடிக்குதடி

விரைவாய் தோழி

உயிர் காற்றை கடத்தும் உதிரம் போல

உதிக்கும் சூரியனுக்கு உருகும் பனி போல ,

உள்ளத்தில் உறைவிடம் பிடித்ததடி உன்னுருவம்!

ஒலியின்றி உண்மை மறைத்ததடி என் உதடு,

ஒளி வீசியே உரக்க விளித்ததடி என் விழி!

சதங்கை ஒலிக்கு சலனமின்றி சாய்ந்ததென் செவி ,

நறுமணம் வசும் நின் கூந்தல் மலருக்கு மயங்கியதென் நாசி!

உருள் பெருந்தேர்க்கு அச்சாணி போல ,

உதறும் கிழத்திற்கு உதவும் ஊன்றுகோல் போல ,

உருமாற்றடி உமையொருபாகனாய் எனைச் சேர்ந்து !

உவகை கொள்வேன் உடன் நீ விரைவாயெனில் !!!

கலைந்த அமைதி

முக்கனி பிறக்கும் சித்திரை நீ !

முன்பனி விலக்கும் விசித்திரம் நீ !

முகத்தை மறைக்கும் முழுநிலவு நீ !

சித்திரம் நீ ! சொப்பனம் நீ!

கத்தரி தகிக்கும் கடுங்கோடை நீ !

நித்தமும் தவிக்கும் நீர்த்தேவை நீ !

வசந்தம் வந்ததை கொன்றைச் சொன்னது !

நிசப்தம் கலைந்ததை நின் கொலுசு சொன்னது !

ஆசை

எவன் சொன்னது ,

ஆசை அறுபது நாள்

மோகம் முப்பது நாள் என்று!

என் ஆசைக்கும் அளவில்லை !

மோகத்துக்கும் முடிவில்லை !

ஆண்டின் அனைத்து மாதமும் ஆடியாய் போனால் பின் எப்படி

ஆடிக் காரிலே அம்பாரி போனாலும் அவஸ்தை தான்

உள்ளம் கொடு

முத்திரை இடாமல்
உன் கன்னம் தப்பாது!
தீர்க்கமாய் சொல்வேன்
கண்ணே நானே !
உன் மேனி தொடாது
என்னுயிர் விடாது
பெண்ணே மானே!
உள்ளமும் கொடாது
தப்புவது செல்லாது
சரியா தேனே !

மாறாத உன் எண்ணம்

நாடி தளர்ந்த பின்னும் உனை

நாடும் எண்ணம் மாறாதிருக்க!

நரை வந்த பின்னும்

மரை துள்ளும் எண்ணம் கொண்டிருக்க !

கரை கடந்த பின்பும்

அலை சறுக்கும் திண்மை வேண்டியிருக்க !

திரை வெளிச்சம் இல்லாவிடினும்

திரை செலுத்தா நிலைமை பெற்றிருக்க !

கறை படியா ஒழுக்கம், தமிழ்

மறை போல நிலையாய் நீ கொண்டிருக்க!

என்றும் புதிதாய் நீ பிறப்பெடுக்க !

உரை எழுதா தேற்றம்

பிடிக்கும் உன்னை என்றும் என்றேன் !

ஏன் என்றாய்!

புரியவில்லை என்றேன் !

பிடித்ததெது என்னிடம் என்றாய்!

மயக்கும் மழலைச் சிரிப்பா!

கொஞ்சும் தத்தை மொழியா !

துள்ளும் மானின் நடையா !

காரணம் ஏதுமில்லை என்றேன் !

காரணம் இல்லாமல் காரியமுண்டோ !

கதியாக சொல்லுங்களேன் !

ஆதியும் அந்தமும் இல்லா

பிரபஞ்சத்தில் ,பகுத்தறிவினால்

பிடிபடாத நிகழ்வுகளில் இதுவும்

ஒன்று என்றேன்!

உணரலாம் உணர்த்த முடியாது!

உரை எழுத முடியா தேற்றங்களும்,கருதுகோள்களும்,

விடை காணா வினாக்களும் இருக்கத் தானே செய்கின்றன !

வீட்டு நூலகம்

என்ன தான் கணவனுக்கு சமையல் தெரிந்திருந்தாலும் ,

வீட்டுச் சமையல் அறைக்கு அவனுக்கு

அட்டவணை தேவைப்படுகிறது நூலகம் போல!!!

ஒளிப்பதிவு கருவி

அள்ளி வந்த அழகு அத்தனையும்

அன்னையின் கண்களைத் தவிர

ஒருவருக்கும் தெரிவதில்லை !

ஒளிப்பதிவு செய்ய ஒருவராலும் முடிவதில்லை !

அத்தகைய கருவி இன்னும் கண்டுபிடிக்க வில்லை போலும் !

அன்னையின் துயரம்

அன்னை அன்பின் ஆழம்

அறிந்தவர் அவனியில் இல்லை

தன்னை அறியாதவன் தரணியில் தழைப்பது இல்லை

தான் தந்தை ஆகும் வரை அன்னை பட்ட

துயரங்களை உணர்வதில்லை

பெண்

குப்புற விழுந்தால் கூடி மகிழ்வது
குழந்தை பருவத்தில் தானடி
வளர்ந்த பின்னர் எள்ளல் பேச்சும்
ஏளனச் சிரிப்பும் தானடி மிஞ்சும்
எண்ணிப் பார்க்க ஏதுமில்லை
எட்டி மிதித்தால் ஏற்றமுண்டு கண்ணே
முட்டி மோதி வென்றிடு பெண்ணே

4. தங்கை

மாதர்

மாதவனும் மா தவம் செய்திடுவான் !

மாதராய் மண்ணில் பிறப்பெடுக்க !

ஈசனும் இசைந்திடுவான் இன்னுமார் பிறவிக்கு!

இவ்வுலகில் பெண்ணாக பிறப்பெடுக்க !

தங்க மங்கையை அவள் இன்று தாங்கினாலும்,

தடுக்கி விழும் தூரத்தில் தாய் வீடு இருந்தாலும்,

நான் தாலாட்டிய முதல் கவிதை

என் தங்கை தான்!

மண்ணில் உள்ள மனிதரில் சிலர்

மகள் பிறந்தால் ,மந்தையாய் ஓட்டெமடுக்க!

மங்கை உன்னைப் பெற்றதால்

மாபெரும் சபைதனில் மிடுக்காய்

நடை போடுவேன் நானே !

பெண்ணே! உன்னை ஈன்றாலும் உன்

தாயும் எனக்கு இன்னோர் மகளே!

மனமே வாழ்க்கை

பொன்னகை விரும்பாத நீ என்றும் புன்னகையே பூக்க யாவரும்
விழைகிறோம்!

மனம் தான் வாழ்க்கை மனமறிந்து நடக்காதவர் வாழ்வில் வெற்றி
பெறுவதென்பது அரிது !

கணவர் கடிந்து கொண்டால் அவர் மனதறிந்து செயல்படு !

நீ பணிவான பெண் என்பதில் ஐயமில்லை!

இருந்தும் முன்கோபி என்பதை நான் அறிந்ததே!

உன் மன எண்ணங்களை அவர் மனம் கோணாமல் எடுத்துரைக்க
பழகு !

சிறு குறும்பும் பிடிவாதமும் சற்றே மாற்றிக்கொள்!

உரிமை பாராட்ட வேண்டியது தான் இருப்பினும் அடங்கி நடப்பதில்
தவறேதுமில்லை!

ஒரு புற தொலைபேசியாய் எப்போதும் இராதே!

உன் புகுந்த வீட்டில் நீ இன்னொரு மகளென பெயர்,
பெற்றால் பேருவகை கொள்வதித்தமையனே!

சிறு சிறு ஊடல் இருக்கலாம் ,ஆனால்

ஊடலில் விட்டுக்கொடுப்பதில் தோல்வி இல்லை,மாறாக

அவேர வென்றவர் ஆகிறார் என்பைத மனதில் நிறுத்து!!

தாயின் மறுவடிவம்

தாயின் மருஉருவம்

தந்தையின் திருவுள்ளம்

கண்டிப்பும் இருக்கும்

கரிசனமும் இருக்கும்

எதிர்த்துப் பேச இயலாது!

மதித்துப் பேசினால்

மண்ணில் உனக்கு இடமுண்டு!

துதித்துப் பாடினால் மிதித்து ஓடுவாள்

யாரையும் நெருங்க விடாது!

அடித்துப் பேசினால் அவ்வளவு தான்,

அண்ட சராசரமும் அடங்கிப் போகும்

அவள் அலறும் அதிர்ச்சியிலே!

ஹார்மோன் செய்யும் கலகம்

ஹார்ட்டில் பேட்டரி சார்ஜ் தான் குறையுதா !

ஹஸ்பண்டை சஸ்பெண்ட் செய்ய தோன்றுதா !

ஹவுஸ் அரெஸ்டில் மனம் மருகுதா !

இந்த அழற்சி எல்லாம்

ஹார்மோன் செய்யும் கலகம் தானடி!

மன அழுத்தம் தானடி பெண்ணே !

மறந்து நீயும் வெளியே வா கண்ணே!

மகப்பேற்று மனச் சோர்வு தான் காரணம்!

வாய் விட்டுப் பாடிடு தாய் வீட்டில்!

நோய் விட்டு போகிடும் உன் மனக்கூட்டில்!

ஆக்ஸ்போர்டு ஆராய்ச்சியும் பாட சொல்லுதே!

ஆராய்ந்து பார் அறிவுக் கண்ணுக்குள்ளே !

ஆற்றாமை ஆறிடுமடி நெஞ்சுக்குள்ளே!

5. தந்தை

அப்பா

பாசம் கொட்டும் அன்னையவள்

பாஸ்பரஸ் நிறைந்த அட்சயப் பாத்திரம் தான்,

அமேசான் நதியைப் போல!

பாழும் அதன் குணம் பாய்ந்தோடிக் கொண்டிருப்பது!

அள்ளிப் பருக ஆசையிருந்தும்

அடர் காடுகளால் அது முடிவதில்லை!

பாலுக்கழும் பிள்ளை போல பல நாள் கடலில் கலந்து விடும்!

பார்க்கும் தந்தை அவன்,பாலையைப் போலத் தெரிந்தாலும்

பதைக்கும் அவன் நெஞ்சம்,பிள்ளைப் பசி ஆறணுமே என்று!

பாவி நெஞ்சில் பாசம் பூக்காதோ!பார்த்தவர் பலர் கேட்பர்

பாவம் அவர்களுக்குத் தெரிவதில்லை!

பார்க்கும் பசுமை அமேசான் காடுகளும் -சஹாரா

பாலையில் வீசும் தூசிப் புயலால் தான் என்பது!

கடலில் கலக்கும் சொத்தை! கைக்கு சேர்க்கும் வித்தை!

கற்றவன் ஒருத்தனே- தந்தை! பாஸ்பரஸ் எனும் அமுதை,

கடைந்து கொடுப்பான் மிடுக்காய்!

மந்தாரை எனும் மத்தாய்!

முதலெழுத்து

முதலெழுத்து கொடுத்தாய்

முதல் வரியைக் கொடுத்தாய்

முகவரியைக் கொடுத்தாய்

முதுகுக்கு பின் வலி மறைத்தாய்

முறுவல் தான் பூத்தாய்

மூவிரண்டு தசாப்தங்களை கடந்தாய்

முத்தான மூன்றாம் தலைமுறை கண்டாய்

முன்னெடுத்த காரியத்தில் பின்னடைவு இல்லை

பண்ணெடுத்து நின் புகழ்

பாடிட நான் பாணன் இல்லை

பாவம் உன் பிள்ளை தானே

தந்தைக்கிணை யார்

உங்கள் வியர்வை வாசத்தில்

உறக்கத்தைத் தழுவின என் விழிகள்!

உங்கள் கைகளில் எண்ணெய் குளியல்

உச்சந்தலை என்றும் மறவாது!

மூவர் எதிரே தோன்றினாலும்

மூன்று இலக்க ஊதியம் வாங்கினாலும், என்

முதலெழுத்து தந்தவருக்கிணை

மூவுலகில் யாரும் உண்டோ!

தந்தையின் கரங்கள்

இன்பம் என்ற சொல்லும் தீர்வதில்லை

தந்தை அன்பின் உச்சத்தில்!

இல்லை என்ற சொல்லும் கேட்பதில்லை

நீங்கள் இருக்கும் பொழுதில்!

தான் காணா இன்பம்

நாம் காண வேண்டியே

தந்தையின் கரங்கள் காப்புக்

காய்த்திருக்கின்றன!

காணவில்லை

வெண்ணெய் திருடும் கண்ணனும்

என்னைத் திருடவில்லை

நீ கண்ணில் பட்ட நாள் முதல்

என்னைக் காணவில்லை

குயிலாக உன் குரல் ஒலிக்கையிலே

குழலாக நான் துணை வரவா

எழிலாக நீ நடக்கையில்

மயிலாக நான் துணை வரவா

தத்தை நெஞ்சம் நித்தம்

கெஞ்சும் நீ பேச வேண்டியே

மாமன் தவம்

குனித்த புருவம் இரு வானவில்லாம்

தனித்த நடை ஓர் நளின நடனமாம்

கோவைச் செவ்வாயில் குமிழ் சிரிப்பாம்

குவிந்த அதரத்தில் குக்கூ குக்கூ என்ற பாட்டாம்

விரித்த உன் விரல் வீணை மீட்டுமாம் ! நீ

பதித்த பார்வையில் பார் பணியுமாம்!

நனித் தவம் புரிந்தே நின் மாமனும்

காண வேண்டுவதே மனித்த பிறவியுமே!